தமிழ் காதலி

தேவ கிருபா

Made with ♥ on the Notion Press Platform
www.notionpress.com

எல்லா புகழும் இறைவனுக்கே

பொருளடக்கம்

நன்றி

உங்கள் தேவனாகிய கர்த்தர் பூமியிலுள்ள சகல ஜாதிகளுக்கும் மேலாக உங்களை உயர்த்துவாராக. உங்கள் தேவனாகிய கர்த்தருக்குக் கீழ்ப்படிந்து, இந்த எல்லா ஆசீர்வாதங்களையும் பெற்று மகிழுங்கள்." (உபாகமம் 28:1)

இந்தப் புத்தகத்தை சாத்தியமாக்கிய அவருடைய ஏராளமான ஆசீர்வாதங்களுக்காகவும், அவருடைய கிருபைக்காகவும் நான் கடவுளைப் புகழ்கிறேன். அவருடைய பெயர் எல்லா இடங்களிலும் மகிமைப்படுத்தப்படத் தகுதியானது. நான் விசுவாசமற்றவனாக இருந்தாலும் அவர் உண்மையுள்ளவர். அவர் என் வாழ்க்கையில் அற்புதமான காரியங்களைச் செய்திருக்கிறார். அவர் என்னை தூசியிலிருந்து தூக்கி ஒரு அழகான மற்றும் வண்ணமயமான பாத்திரமாக வடிவமைத்துள்ளார்.

டாக்டர் கேத்தரின் எட்வர்ட், டாக்டர் அருட் சகோதரி ஜூடி கோம்ஸ், டாக்டர் கே. சுகந்தி, டாக்டர் செரில் அன்டோனெட் டுமெனில், திருமதி எலைன் பிரிஷா மற்றும் எனது ஆங்கிலத் துறை ஊழியர்கள், திருச்சி, ஹோலி கிராஸ் கல்லூரி, இந்தியா,ஆகியோரின் அசைக்க முடியாத ஆதரவு மற்றும் ஊக்கத்திற்காக எனது ஆழ்ந்த நன்றியைத் தெரிவித்துக் கொள்கிறேன்.

எனது பெற்றோர் திரு. ஆரோக்கியராஜ் மற்றும் திருமதி. பிரமிளா லீனா, என் சகோதரி பிரிசீலியா, எனது கணவர்.திரு. மார்ட்டின் ராஜ், எனது தோழி திருமதி. தேவி ஸ்ரீ, பெர்சிஸ் சிந்தியா, என் சகோதர சகோதரிகள், குடும்ப

உறுப்பினர்கள் மற்றும் நண்பர்கள் அனைவருக்கும் அவர்களின் அன்பு மற்றும் அக்கறைக்கு நன்றி.

எனது கனவை நனவாக்க உதவிய எனது பதிப்பகம் மற்றும் குழுவிற்கு நான் நன்றி கூறுகிறேன்.

ஆசிரியர் குறிப்பு

தேவா கிருபா

அக்னி முனை தேவா கிருபா ஒரு இந்திய எழுத்தாளர், கவிஞர், சிறுகதை எழுத்தாளர் பாட்காஸ்டர் மற்றும் உயர் ஆக்கப்பூர்வமான நுண்ணறிவு கொண்ட ஒரு ஆர்வமுள்ள தனிநபர் ஆவார், அவர் சமூகத்திற்கு பிரகாசமான வண்ணங்களைத் தெறிக்க நினைத்தார். வெளியிடப்பட்ட இளம் எழுத்தாளர். அவர் ஆங்கிலத்தில் இளங்கலை பட்டம், கல்வியில் இளங்கலை மற்றும் இந்தியாவின் திருச்சியில் உள்ள

ஹோலி கிராஸ் கல்லூரியில் முதுகலைப் பட்டம் பெற்றுள்ளார். அவர் தனது நேரத்தை எழுத்தில் செலவிடுவதில் மிகவும் ஆற்றல் மிக்கவர். அவர் கவிதை எழுதும் திறனை வளர்த்துக் கொண்டார்.பண்டோரா இதழ், Fanatixx வெளியீட்டாளர்கள், SKM வெளியீட்டாளர்கள் மற்றும் ஸ்பார்க்லிங் ஊடக வெளியீட்டாளர்கள் அவரை

நேர்காணல் செய்தனர். அவர் யூடியூப்

மற்றும் பாட்காஸ்ட் சேனல்கள் மூலம்

திறனை வளர்த்துக்

கொண்டார்.பண்டோரா இதழ், Fanatixx வெளியீட்டாளர்கள், SKM வெளியீட்டாளர்கள் மற்றும் ஸ்பார்க்லிங் ஊடக வெளியீட்டாளர்கள் அவரை நேர்காணல் செய்தனர். அவர் யூடியூப் மற்றும் பாட்காஸ்ட் சேனல்கள் மூலம் நிறைய ஊக்கமளிக்கும் உரைகளை வழங்குகிறார். உருமு தனலட்சுமி கல்லூரியில் மதுரை காமராஜர் பல்கலைக்கழகம், ELTAI மற்றும் சர்வதேச மாதிரி ஐக்கிய நாடுகள் சபையிலும் பல்வேறு ஆய்வுக் கட்டுரைகளை சமர்ப்பித்து வெளியிட்டார்.. IMUN மற்றும் UNICEF இல் அதிகாரப்பூர்வ உறுப்பினர். சர்வதேச மாதிரி ஐக்கிய நாடுகள் மாநாட்டில் உறுப்பினராக பங்கேற்றுள்ளார். அவர் 100 க்கும் மேற்பட்ட கவிதைகள், 25 க்கும் மேற்பட்ட சிறுகதைகள் மற்றும் பல்வேறு தொகுப்புகளில் ஒரு புத்தகத்தை

சமர்ப்பித்து வெளியிட்டார்.. IMUN மற்றும் UNICEF இல் அதிகாரப்பூர்வ உறுப்பினர்.

சர்வதேச மாதிரி ஐக்கிய நாடுகள் மாநாட்டில் உறுப்பினராக பங்கேற்றுள்ளார். அவர் 100 க்கும் மேற்பட்ட கவிதைகள், 25 க்கும் மேற்பட்ட சிறுகதைகள் மற்றும் பல்வேறு

தொகுப்புகளில் ஒரு புத்தகத்தை வெளியிட்டுள்ளார்.

"க்குவில் வித் நெக்டர் டராப்".

"ஹப் ஹ்யுமன்"

"தி கேல்ஸ் சீக்ரெட் வார்ட்ரோப்" "ஹிட்டன் கீஸ்" "ஹேர் சீக்ரெட் லெட்டர்ஸ்"

அவள் பல விருதுகளை பெற்றிருக்கிறாள்.

InkQuill ஹோல்டர் விருது" மற்றும் நோபல் விருது""சிறந்த இணை ஆசிரியர் விருது" எழுத்துத் துறையில் சிறந்து விளங்கியதற்காக "ஆண்டின் சிறந்த எழுத்தாளர் விருது,

சமூக சேவகர் விருது, பெண் சாதனையாளர் விருது, சிறந்த எழுத்தாளர் விருது பெற்றுள்ளார்.

1. திருவுருவே!

இறைவா!
மொழிகள் போதாதே இறைவா,
உம்புகழ் மணம் பாரெங்கும் தொனிக்க;
நின் திருபதம் சிரம் தாழ்த்தி சரணடைந்தேன்,
ஏழிசை மீட்டி பண் மணம் ஒருங்கே தொடுத்தேன்,
என் நல்மண மாலையை ஏற்றருள்வாய் நாதா!
அனுதினமும் உம்மை தொழுவேன்
பல்நரம்பினை சேர்த்தே தேவா!
அடியவளை கண் பாரும் இறைவா!

2. இறைவன்!

வாழ்கயின் எதார்த்தங்களை கண்டு
வெகு தூரம் ஓடி சென்று விழுந்தேன்...
தாகமாய் இருக்கிறது என்றேன்
உதவ யாரும் வர வில்லை...
வழி தவறி வந்தேன்
பாதை தெரியாமல் அலைந்து
அனதையாய் திரிந்த எனக்கு
நான் இருக்கிறேன் உனக்கு
என்று கட்டி அனைத்து
என் தேவன் மார்பில் சாந்து...
இறுக பற்றி கொண்டு
கண்ணீர் விட்டு மனம் நொந்து கதறினேன்.

3. வாழ்க்கை

உனக்கு வலித்தால் நீ தான் அழ வேண்டும்;
ஆறுதல் சொல்ல பல நாவுகள் உண்டு;
எவ்வளவு வலித்தாலும், எவராலும் உணர முடியாது உன் வலியை உன்னைத் தவிர;
என்ன வந்தாலும் நான் உடன் இருப்பேன் என்று தோள் தட்ட பத்து பேர் இருப்பினும்,
அந்த நிலை வந்தாலும் ரணங்களை நீ மட்டுமே அனுபவிக்க முடியும்;
உன் வலியை எவரும் வாங்கிக் கொள்ளப் போவதில்லை,
அதை யாராலும் வாங்கிக் கொள்ள முடியாது;
நாலு பேர் தரும் ஆறுதல் இனிமையாக தான் இருக்கும்;
இறுதியில் நீ உன் படுக்கையில் தனியாக தான் உறங்க போகிறாய்;
உன் வாழ்க்கை பயணத்தில் பத்தாயிரம் பேர் கூட இருந்தாலும்,
நீ மட்டும் தான் உன் படகை ஓட்ட முடியும்;
தனிமை அது இனியகசப்பு தரும் மெல்லிய மதுவான
இன்பம் துன்பம் கலந்த பானம்;
உன் வாழ்க்கை உன் பயணம் !

4. அவனுக்காக!

சிவந்த கண்ணத்தில் பூத்த மொட்டுகளை
உன்னை சந்தித்த முதல் கணமே,
இதயத்திற்கும் கண்ணுக்கும் இடையில்
தென்றலாய் ஓர் யுத்தம்;
கண் பார்த்த கணமே காதல் கொண்டன்.
சத்திய பிரமாணம் கொண்டு,
365 நாட்கள் இனிமையாய் காதலில் கரைய;
என் கண்கள் சொல்லும்,
உனக்கான இதயத்துடிப்பை;
நன்றி என்று ஒரு வார்த்தையில் சொல்லிவிட முடியாது,
நீ என்னை தேற்றிய நாட்களுக்கும்,
எனக்காக நின்ற நாட்களுக்கும்;
அன்பால் என்னை உருவாக்கினாய்;
ஆறுதலாய் தோள் கொடுத்தாய்;
இன்னலையும் இனிக்க வைத்தாய்;
ஈவாய் நமக்கான அருளாய் இறைவன் தந்த வரம்வரம்
அவன்;
குழந்தை பிறந்த பின்பும்,
குழந்தை போல் என்னை தாங்கினயே;
இந்த உலகிற்கு சொல்வேன்,
உலகை கடந்த நம் காதலை!

5. பெண் குழந்தை!

பெண் குழந்தை பிறந்ததால் தந்தைக்கு எல்லையில்லா மகிழ்ச்சி.

அவளை அள்ளி அணைத்து

கண் நிறம்ப கண்ணீர் கொண்டு அம்மா என்று அழைத்து, வாய் நிறம்ப முத்தமிட...

தன் தாயே மறு ஜென்மம் எடுத்து எனக்காக மீண்டும் என் குழந்தையாக பிறந்திருக்கிறாள் என்று பூரித்து போனார்.

சொல்ல வார்த்தையில்லை அவருக்கு

இரவும் பகலும் தன் தோளிலும் மார்பிலும் வளர்த்தே-டுத்து.

ஆசை ஆசையாய் அவளுக்கு வண்ண உடைகள் உடுத்தி அழகு பார்க்க...

தன் செருப்பு தேய்ந்தாலும் தன் மகளுக்காக

இரவும் பகலும் உழைத்து...

தன் சட்டைபையில் காசு இல்லை என்றாலும்

தன் மகள் ஆசைப்பட்டு கேட்ட முதல் பொம்மை வாங்கி தர யாசகம் கேட்க கூட தயங்கவில்லை...

வீட்டில் ஒரு தட்டு சோறு இருக்க தன் பிள்ளை பசி ஆற்ற தனக்கு பசியில்லை என்று சொல்லி

ஒரு டம்ளர் தண்ணீர் குடித்துவிட்டு உறங்க செல்ல...

தனக்கென வாழாமல் தன் மகளுக்காகவே மொத்த வாழ்க்-கையும் அற்பணிக்க...

மகள் வளர்ந்து தன்னை பிரிந்து
மற்றோறு வீட்டிற்கு அனுப்ப...
பிரிவினை தாங்கி கொள்ள முடியவில்லை... கண்கலங்கி-
னாலும்
இப்பொழுதும் மகளுக்காக சிரித்து வழி அனுப்பி வைக்க...
புகுந்த வீட்டில் மகள் சந்தோசமாக இருக்க
தன் உயிரையும் அடமானம் வைக்க தயங்கவில்லை....
இளவரசியாக வளர்ந்த அவள்...
இளவரசிபோல் கடைசி வரை வாழவே...
மகளின் மகிழ்ச்சிகாகவே தன்னையே இழந்த தந்தையின்
தியாகத்தை எதை கொண்டும் ஈடு செய்ய முடியாது...

6. ஆசை!

ஆசை எல்லாம் மனதில் கொண்டு
கண் நிறம்ப ஏக்கம் கொண்டு
துடித்த இதயத்தை
ஆசை கொள்ள
நீ தகுதி அற்றவள்
என்று
நானே என் கைகளை கொண்டு
கொன்று புதைத்தேன்.

7. கவிதை!

காதல்,
ஆண்டுகள் கடந்தாலும்
நிறமாறா , மன மாறா
உயிரிலும்
நினைவிலும்
தொலைவிலும்
மெய் சிலிற்க
புன்னகை பூக்க
பூந்தோட்டமாய்
நறுந்தேனாய்
மணம்கமழ
எல்லோர் மனதையும் ஆட்கொள்ளும்
ஒரு அழகிய கவிதை!

8. காதல்

காதல் கொள்ள ஆசை ஏனோ என் சிறிய இதயத்திற்கு,
வண்ண தோரணையில் உலா வரும் பட்டாம்பூச்சிகளையை
பார்த்து மயக்கம் கொண்டதே என் கண்கள்,
புன்னகை பூத்த அன்பொன்றை கண்டு
அடம்பிடித்தது என் மனம்,
இறக்கை இல்லாமல் பறந்தேன்,
காற்றில் ஏனோ மிதந்தேன்,
பட்டென்று அடித்த காற்றில் சட்டென்று முறிந்தது என்
இறகு,
மனம் கசிந்தேன்
இறக்கம் இல்லாமல் வதைந்தேன்,
அங்கு தூரத்தில் கண்டேன் எனக்காக கண்ணீர் சிந்திய
கண்களை,
அருகில் ஓடி சென்றேன்,
சிறுநோடி தயங்காமல் என்னை கட்டி அணைத்த உறவை
கண்டு இது தான் காதல் என்று புரிந்து கொண்டேன்.

9. உறவு!

பெண்ணாக பிறந்ததாலோ எதற்கும் ஆசைப்பட மனம் தயங்குகிறது.
மனதில் உள்ள அனைத்தும் யாரிடமும்
சொல்லி விட முடியாது.
பெண்களை புரிந்து கொள்வது கடினம் என்று சொன்னாலும்,
அவளின் சிந்தனையும், தியாகமும் இங்கு பலருக்கு புரிவதில்லை.
அவள் சிந்தும் கண்ணீரின் வலி,
யார் கண்களுக்கும் படுவதில்லை.
நான் பெண்ணியவாதியும் அல்ல,
யாருக்கும் சார்பும் அல்ல;
பெரிதாக எதன் மேலும் ஆசையும் இல்லை;
காதலுமில்லை;
பிறர் புன்னகைக்க,
என் கண்ணீர் இங்கு பெரிதில்லை;
தீரா காதல் கொண்டால்,
தீரா வலிகள் பெறுவாய்;
காதல் என்பது,
எதிர் எதிர் பாலின காதல் மட்டும் அன்று;
பெற்றோர் மேல் உள்ள காதல்;
நண்பர்கள், உறவுகள் மேல் கொண்ட காதல்;

உறவை மதிக்க கற்று கொடுத்தது
இந்த உலகு;
அனைத்தும் இருந்த போதிலும்
தெரியாத வலி
ஏனோ பிரிவில் உணர்த்துகிறது
இந்த உலகு;
உறவை மதிக்க தெரிந்தவன் புத்திசாலி!

10. வானம் வசப்படும்!

கருவறையில் தொடங்கி,
கல்லறையில் அடங்கும் வாழ்க்கை,
வலிதானடா மனிதா!
உயிர் கொடுக்கும் அன்னை
முன்னூறு நாட்கள் உன்னை சுமந்ததும்;
வலிதானடா மனிதா!
தோள் கொடுக்கும் தந்தை,
உனக்காக வியர்வை சிந்தி உழைத்ததும்,
வலிதானடா மனிதா!
உயிர் கொடுத்து, தோள் கொடுத்து,
தொடங்கிய பயணம் உனக்காவே மனிதா!
கள்ளி பாலையும், சிசு கொலையையும்,
தாண்டி வந்தவள், வந்தவன்,
நீயடா மனிதா!
அதுவே உன் முதல் வெற்றி பாதையின் முதல் சுவடடா மனிதா!
நில்லாமல் துடிக்கும் இதயம் போல்,
நிற்காமல் ஓடடா மனிதா!
தந்தையின் வியர்வைக்கும்,
தாயின் பிரசவ வலிக்கும்,
ஈடு இல்லையடா மனிதா!
ஈடற்ற தியாகத்திற்கு பெருமை சேர்க்க,

விவேகத்தோடு ஓடடா மனிதா!
நீ ஓடும் பாதை கரடுமுரடானது மனிதா!
நில்லாமல் ஓடி பார்,
கடிகாரம் கூட உனக்காக சுழலும்,
ஒருமுறை முயற்சித்து பார்,
வானம் கூட உன் வசம் ஆகும்.

www.ingramcontent.com/pod-product-compliance
Lightning Source LLC
LaVergne TN
LVHW041308150826
845673LV00008B/2786

* 9 7 9 8 8 9 7 4 4 4 2 4 3 *